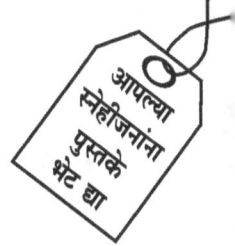

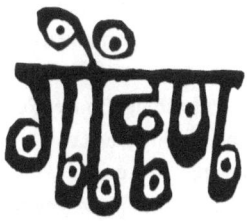

गोंदण

सृष्टीचं शब्दरूपी 'गोंदण'

I0609806

शान्ता ज. शेळके

मेहता पब्लिशिंग हाऊस

Please contact us at **Mehta Publishing House,** Pune.
Email : production@mehtapublishinghouse.com
Website : www.mehtapublishinghouse.com

GONDAN by SHANTA J. SHELAKE

गोंदण : शान्ता ज. शेळके / कवितासंग्रह

Email : author@mehtapublishinghouse.com

© सुरक्षित

प्रकाशक : सुनील अनिल मेहता, मेहता पब्लिशिंग हाऊस,
१९४१, सदाशिव पेठ, माडीवाले कॉलनी, पुणे - ४११०३०.

मुखपृष्ठ : पद्मा सहस्रबुद्धे

प्रकाशनकाल : तिसरी आवृत्ती : जून, १९८८ / फेब्रुवारी, १९९९ /
नोव्हेंबर, २०१२ / पुनर्मुद्रण : ऑक्टोबर, २०१६

P Book ISBN 9788171618545
E Book ISBN 9789386745767
E Books available on : play.google.com/store/books
www.amazon.in

ल ता बा ई ना...

प्रस्तावना

'गोंदण' हा माझा तिसरा कवितासंग्रह. तो एकोणीसशे पंच्याहत्तर साली 'अभिजित' प्रकाशनाने प्रसिद्ध केला. या संग्रहाची दुसरी व तिसरी आवृत्ती या 'मेहता पब्लिशिंग हाऊस'चे सुनील मेहता यांनी प्रकाशित केल्या आणि आता ही चौथी आवृत्ती रसिकांसमोर येत आहे.

'गोंदण' प्रकाशित होण्यापूर्वी सोळा-सतरा वर्षे माझे कवितालेखन थांबले होते. 'गोंदण'नंतर मात्र मी पुन्हा उत्साहाने कवितालेखनाकडे वळले.

'मेहता पब्लिशिंग हाऊस'चे अनिल मेहता व सुनील मेहता यांनी नेहमीच्याच साक्षेपाने व आस्थेवाईकपणाने ही चौथी आवृत्ती काढली आहे. मुखपृष्ठ सुप्रसिद्ध चित्रकर्ती पद्मा सहस्रबुद्धे यांनी तयार केले आहे. 'गोंदण' कवितासंग्रहाला रसिकांनी प्रेमाने प्रतिसाद दिला.

या सर्व स्नेहमंडळींचे मी मन:पूर्वक आभार मानते.

—शान्ता ज. शेळके

अनुक्रमणिका

लोट

उषा उमलत्या फुलांतल्या अन् क्षितिजे मावळणारी
आवर्तांतच गुंतून फिरुनी दृष्टी भोवळणारी
तुकडे तुकडे वेचून बघते चित्र पुरे जमवाया
सावरते मी मला किती पण प्रयास जाती वाया.

अर्घ्य जसा ओंजळीत धरला जन्म उभा शिणलेला
लोट अनावर येइ मनावर चिंब भिजवुनी गेला
पानोपानी मंद उन्हाचा उदासीन शिडकावा
क्षणभर मिटला मुठीत, फिरुनी उडून गेला रावा.

कळी कळी वेचताना

कळी कळी वेचताना अशी संध्याकाळ झाली
घराकडे वळणारी वाट अंधारी बुडाली
सर्पापरी वेटाळते पाया वाटेचे वळण
नामरूपहीन वृक्ष उभे भीती पांघरून

आतबाहेर दाटून आल्या घनदाट छाया
चुकलेल्या गुरापरी जीव लागे हंबराया
कळी कळी वेचताना वेळ गेलीसे टळून
आता याच्यापुढे कधी हार व्हायचा गुंफून?

उतरत्या उन्हामध्ये

उतरत्या उन्हामध्ये सूर सारे दूर गेले
खिन्न कातरवेळेला वारे सुद्धा जड झाले
दिशादिशांतून आता जळे काळोखाचा धूप
मन आतुरे बघाया अरूपाचे रंगरूप.

गच्च अबोलपणाची सुटो मिठी जीवघेणी
वाचा स्वयंभू प्रकटो सारी उतरून लेणी
नको शब्दांची आरास, नको निरर्थ सोहळा
एक सूर खरा लागो उंच चढवून गळा.

स्वप्न तेवता डोळ्यांत वर पापणी मिटावी
अनोळखी दुराव्यात जुनी ओळख पटावी
रक्ताहून सनातन तरी श्वासाहून नवे
असे अंतरीचे गूज आज खोलायला हवे.

आज पाण्याहून व्हावा जीव नितळ निर्मळ
आणि भरून वाहावी तुझ्या छायेशी ओंजळ.

एखादा शब्द, एखादा सूर

एखादा शब्द, एखादा सूर
एखादी उत्कट तान
एखादा रंग, एखादा ढग
एखादे हिरवे पान

एखादे असे एखादे तसे
एखादे नेहमीचेच
सहज असे नव्याने कळे
सुटत जातात पेच.

खोलांत कुठे डहुळे काही
हेलावे आतून प्राण
चुकल्या तारा जुळती पुन्हा
झरते अक्षय गान.

अशाच काही एखाद्यासाठी
निमूट सोसावे सारे
सहज लाभे एखादे फूल
तेवढे वासाला पुरे.

सखी

स्वप्नामधल्या माझ्या सखी
कोणते तुझे गाव?
कसे तुझे रंगरूप?
काय तुझे नाव?

कशी तुझी रीतभात?
कोणती तुझी वाणी?
कसे तुझ्या देशामधले
जमीन, आभाळ, पाणी?

लव्हाळ्याच्या मुळांतून
झिरपताना पाणी—
त्यात पावले बुडवून तूही
गुणगुणतेस का गाणी?

सुगंधित झुळका चार
केसांमध्ये खोवून
तूही बसतेस ऊन कोवळे
अंगावर घेऊन?

काजळकाळ्या ढगांवर
अचल लावून दृष्टी
तूही कधी आतल्याआत
खूप होतेस कष्टी?

कुठे तरी खचित खचित
आहे सारे खास,
कुठे तरी आहेस तूही
नाही नुसता भास.

खिडकीपाशी एक मुलगी

कधीतरी खेड्यामधली दिसू लागते जुनी शाळा
घरट्याकडे पाखरे तशा आठवणी होतात गोळा
लाल कौलारांचे छप्पर, चारच वर्ग भिंतीआड
दिसू लागतात बागेमधल्या फुलेवेली-झाड न् झाड.

सायलीचे चमेलीचे सुवास मनभर दरवळतात
गुलाबाच्या किती पाकळ्या देठापासून सहज गळतात
खिडकीपाशी एक मुलगी स्वत:मध्येच गढलेली
गालांवरती दोन्ही हात : नजर पुस्तकांत बुडलेली.

अंगामध्ये बाळसे खूप, गोल चेहरा, मोठे डोळे
—हरवलेला मधला काळ जिवंतपणे पुन्हा झुळझुळे...
मी तिला खुणा करते लक्ष वेधून घेण्यासाठी
कधी ओठ हसू बघतात, कधी भाळावरती आठी.

ती मात्र मुळीदेखील माझ्याकडे बघत नाही
खाली मान घालून सारखे काहीतरी वाचीत राही
तिची नजर हरवलेली, तिची मुद्रा कासावीस
स्वप्नपक्षी फडफडणारा गालांवरून फिरवी पीस.

खिडकीबाहेर निळे आभाळ, पाखरांचे किलबिल सूर
अर्धकच्ची तुरट स्वप्ने... क्षितिज जवळ... क्षितिज दूर...
माझे शब्द होतात मुके, गळ्यातच हुंदके अडतात
पापणीभर पाण्यामध्ये शाळा, वर्ग, मुलगी... बुडतात.

देवपाट

माजघरात अंधारी
एक हडपा जुनाट
चिंध्यागाठोड्यांच्या तळी
लाकडाचा देवपाट

देवपाट झाला जीर्ण
दिसे जागजागी अंग
गेल्या खपल्या उडून
फिकटला लाल रंग.

बोळक्यांच्या उतरंडी
मध्ये मातीचे बोहले
पाटावर बाहुलीचे
लग्न थाटात लावले.

भातुकलीच्या खेळात
भिंत पाटाची या केली
चिमुकल्या संसाराला

तिची साउली जाहली

देवपाटाच्या भोवती
कधी बसली पंगत
गोष्टी सांगता बोलता
चढे आगळी रंगत.

किती आठवू साठवू
अरे जुन्या देवपाटा
तुझ्यामाझ्याही वरून
किती गेल्या काळलाटा!

कधीमधी भेटायचे
आता असेच असेच
शब्दातीत होउनिया
गूज सांगायचे तेच.

आजोबा

आजोबांचे वय आता
सत्तरीच्या पार गेले
उभे आयुष्य पिकून
फळ गळावया आले

जुना कसदार देह
बळकट अंगकाठी
किती पाहिले... भोगिले...
सांगे भाळावर आठी.

रिते घर हिंडताना
भिंती पुढे पुढे येती
भुते भूतकाळातली
फेर धरून नाचती

कधी कातरवेळेला
मन उदासीन, भुके,
धुरकट काचांआड
दाटे आठवांचे धुके

अलीकडे रात्र रात्र
दिव्यामध्ये जळे वात
जागणाऱ्या वार्धक्याला
गाथापोथीची सोबत

सुखदुःखांचा हिशेब
वजाबाकी एक झाली
काही हातात ना आले
शून्ये शून्यात मिळाली

तरी आजोबांच्या मनी
काही नाही खळमळ
साऱ्यांसाठी ओठांवर
आशीर्वादच केवळ

संसाराच्या सरणात
देह कधीचा घातला
आता लागलेली आहे
ओढ मातीची मातीला...

पैठणी

फडताळात एक गाठोडे आहे त्याच्या तळाशी अगदी खाली
जिथे आहेत जुने कपडे, कुंच्या, टोपडी, शेले, शाली,
त्यातच आहे घडी करून जपून ठेवलेली एक पैठणी
नारळी पदर, जरी चौकडी, रंग तिचा सुंदर धानी.

माझी आजी लग्नामध्ये ही पैठणी नेसली होती
पडली होती साऱ्यांच्या पाया हाच पदर धरून हाती
पैठणीच्या अवतीभवती दरवळणारा सूक्ष्म वास
ओळखीची... अनोळखीची... जाणीव गूढ आहे त्यास.

धूप-कापूर-उदबत्त्यांतून जळत गेले किती श्रावण
पैठणीने या जपले एक तन... एक मन...
खस-हिन्यांत माखली बोटे पैठणीला केव्हा पुसली
शेवंतीची, चमेलीची आरास पदराआडून हसली.

वर्षांमागून वर्षे गेली, संसाराचा सराव झाला
नवा कोरा कडक पोत एक मऊपणा ल्याला
पैठणीच्या घडीघडीतून अवघे आयुष्य उलगडत गेले
अहेवपणी मरण आले, आजीचे माझ्या सोने झाले.

कधी तरी ही पैठणी मी धरते उरी कवळून
मऊ रेशमी स्पर्शामध्ये आजी भेटते मला जवळून
मधली वर्षे गळून पडतात; कालपटाचा जुळतो धागा
पैठणीच्या चौकड्यांनो, आजीला माझे कुशल सांगा.

स्मरणाच्या पार

स्मरणाच्या पार कुठेसे
वय विचित्र अवघडलेले
आकार रंग हृदयींचे
चित्रास निळ्या जडलेले.

घनदाट उभे वन भवती
त्या सैरावैरा वाटा
उत्फुल्ल पाकळीखाली
अपरिहार्य सलता काटा

काचेला निर्मळ साध्या
स्वप्नांचा जडता पारा
स्पर्शाच्या ऐलतीराला
अडविता अद्याप शहारा

अंगातील बाळउबेत
भरणारा मधुर विखार—
ते अटळ रितेपण पुढले
दाटता उरी अंधार—

स्मरणाच्या पार कुठेसे
विमनस्क कुणीतरी असते
ती राख हलविता हाती
बोटाला ठिणगी डसते.

वण

खाली रांगोळी पुसट
तुळशीचे वृंदावन
वाढणाऱ्या काळोखाची
मुकी भुकी दटावण,

आतबाहेर दाटला
कडुलिंबाचा सुवास
क्षण अनावर झाला
घुसमटूनिया श्वास

....भळभळणारे रक्त
खोल रुतलेली काच
माझ्या हातांत बांगड्या
होत्या सहा किंवा पाच?

ओसरत्या रक्तामध्ये
कापे जुनी आठवण
आहे मनगटावर
एक पुसटसा वण.

लिंबाच्या पालवीत

लिंबाच्या पालवीत
थरथरते चंद्रबिंब
डोळ्यांच्या काठाशी
अडलेला एक थेंब.

चंद्राला जाय तडा
पापणीच्या केसाचा
हृदयाला बांध पडे
घुसमटत्या श्वासाचा

पापणीत जपले तरी
मावळले चंद्र किती
विरघळत्या चांदण्यात
मन-पाने थरथरती.

मालन

गोरी मालन
उभी राहिली खिडकीपाशी
कठड्यावर टेकून कोपरे
ओंजळीत मुख घेऊन अपुले
क्षितिजावरती जडवून डोळे
बघते आहे वाट कधीची
गणगोताची
माहेरीच्या गणगोताची.

जपते आहे
खोलामधुनी झुळझुळणारा प्रवाह धूसर
आणि तयावर
वर्षत अविरत
मंदपणाने गिरक्या घेऊन
अलगत येऊन
स्थिरावणारे कण कसलेसे.

उभी समोरी डोंगरराने
उंचसखलसा माळ दूरवर
आणिक त्यातून वळसे घेऊन
पुढे चालली वाट एकली
मागे आहे घर सासरचे
आहे तिथला उभा पसारा

पुढे चालली वाट लागते सहज उलगडू
धावत जाते मन तिजसंगे
आणि पोचते माहेराला
धापा टाकीत आईच्या छातीला बिलगून
गिळू लागते कोसळणारे रडे अनावर,

आणिक नंतर बघते मालन
सागरगोटे काचापाणी
भातुकलीच्या लग्नामधली
इवली इवली राजाराणी
अंगणातल्या तुळशीपाशी
रचलेल्या स्वप्नांच्या राशी

सहजच जातो हात अभावित भाळावरती
भाळावरती गालावरती
हौसेने गोंदून घेतले
एक साजरे हिरवे स्वस्तिक
होतो त्याचा सक्त पिंजरा
आणि तयातच गुंतून पडते
अडखळणारे पाउल अगतिक
स्मरते तेही
चढून जाता पहिल्या रात्री माडीवरती
एक एक पायरी जिन्याची
झाली होती अलंघ्य पर्वत.

मागे आहे घर सासरचे
आहे तिथला उभा पसारा
खोल भुयारे आणि तळघरे
माजघरातील काळोखाचे मायावीपण
दबलेले हुंदके तयांतून
पहिल्यावहिल्या स्पर्शामधली मधुर भुलावण
बिंबवणारी
लगीनचुड्यावर अवघडलेली
असंख्य चित्रे

असंख्य चित्रे
नजर लागते पुन्हा न्यहाळू
तनु बाळसेदार गोजिरी
आईच्या हाताने तिजला नेसवलेली
पहिली चुनडी फुलाफुलांची

आणिक नंतर
तीच गाठ कमरेला कचता
पदरासंगे वेढून बसले सर्वस्वाला
अटळ आणखी जुलमी स्त्रीपण

सरकत जाती चित्रे भरभर डोळ्यांपुढुनी
बाल्यामधली यक्षपुरी ती
बघता बघता विरून जाते
कोसळते घर
आणिक उरतो खुंटीवरती नुसता शेला
वाऱ्यावरती झुलत राहते माळ गळ्यातील;

अंगावरुनी उतरत जातो
तरुणपणाचा साज साजरा
घडते काही
केसांमध्ये सहज खोविल्या चाफ्याइतुके
संसाराचे ओझे होते हलके हलके
मालन हसते जरा स्वत:शी
हसते आणिक व्याकुळ होते.

ऊन परतते हलक्या पायी
पसरत येती सांजसावल्या
घराघरांवर आणि मनावर

आणिक नंतर
एकाकारच होते सारे
खिन्नपणे चमकती नभातील अंधुक तारे.

नसे यायचे तसे कुणीही
कुणी न धाडिला सांगावाही
तरी उभी खिडकीशी मालन
कठड्यावर टेकून कोपरे
ओंजळीत मुख घेउन अपुले
बघत राहते वाट सारखी
गणगोताची
माहेरीच्या गणगोताची—

दूर पायथ्याशी

दूर पायथ्याशी खोल खचलेला शब्दशून्य माळ
मावळतीवर तांबडाकेशरी पेटलेला जाळ
क्षण जुळणारी, पुन्हा तुटणारी बगळ्यांची माळ.

लवणामधून वळत चालली लाल पायवाट
तंद्रीतच काही शेताच्या कडेने वाहणारा पाट
लव्हाळी तुऱ्यांनी थरथरणारा पाणथळ काठ.

सावल्यांमधून सरकते पुढे निगूढशी सांज
गावाबाहेरच्या देवळामधली झणाणते झांज
जनवसतीची चाहूल देणारे अस्पष्ट आवाज.

हळू हळू हळू वाढतो काळोख माझ्या भवताली
काळोखाचा डोह दाटत राहतो पावलांच्या तळी
मिटाया लागते कुठे तरी आत पाकळी पाकळी...

क्षण

एका शुभ्र क्षणामध्ये उजळली अंधारलेली युगे
आत्मा होऊन ज्योत संथ पिवळी तेवावया लागला
जाईची बनुनी फुले उतरल्या हातामध्ये चांदण्या
वारा होउन शीतचंदन करी देहासही लेपन.

होता देहही राहिला पण कुठे माझा म्हणाया मला?
तो झाला जळबिंदु एक, विरुनी गेलाच मातीमध्ये
झाले काय कसे मला न कळले ते स्वप्न की वास्तव?
गेला तो क्षण मावळून, लहरी ती सागराला मिळे.

संध्यारंग गिळूनिया सरकतो काळोख आता पुढे
या निःस्त्राण तनूतुनी कुणी बघे साश्चर्य माझ्याकडे.

चक्र

जोडपावलांखाली चुरली गवतामधली वाट
गुदमरलेले श्वास : उसासे : आलिंगन घनदाट
सळसळणारी मंद पालवी, झुलणारी तरुशाखा
वातावरणावरी रेखिल्या विस्मृत आणाभाका

आयुष्याच्या वळणावरती आठवणी एकेक
तेवत ठेवून उरात आपण विझून गेले कैक
ठसठसणारे स्पर्श राखता विरघळणारी गात्रे
पुन्हा उमटती उमटून मिटती असंख्य असली चित्रे

किती उमलले गुलाब आणिक किती पाकळ्या गळल्या
दूर कोठल्या आभाळातून किति घनमाला वळल्या
कितीदा भिजली आणिक रुजली मुकी अनामिक माती
क्षण अंकुरती, फुलती, सुकती, युगे पलटुनी जाती.

द्रुत वेगाने गरगरणारे चक्र एक सोनेरी
अवकाशातुन तुकडे उडवी फेरीमागून फेरी—

दिशादिशांतून आले

दिशादिशांतून आले
रंगगर्द तुझे भास
माझे धपापते ऊर
आणि अपुरता श्वास.

कणांतून कोसळल्या
तुझ्या अनिवार लाटा
मला तळाशी खेचून
पाणी उसळले काठा.

तुझे अस्तित्व आग्रही
कसे सर्वस्वे वेटाळी?
—ओले घामाने तळवे
काही श्वास तुझे भाळी.

रात्र

झाड घेतात सावल्या ओढून : उन्हे होतात मंद
हळू हळू मिटत जातात सारे रंग, आकार
दृष्टी मिटते डोळ्यांत आणि स्पर्श मिटतात अंगी
गडद गडद होतात दिशा, गडद अंधकार.

खालीवर हेलावणारे दूर दूर ऊर,
गडद गडद काळोखात गहन सुनेपण
अज्ञातांतून छातीवर कोसळणारा पूर
अफाट काळ सांधणारा एक एक क्षण—

दिशाहीन हाक यावी तशी रात्र येते,
स्वच्छ सोलीव अटळ सत्य हळूच पुढे होते—

तुझे पाप आणि पुण्य

तुझे पाप आणि पुण्य
तुझे सुख आणि दु:ख
एक हजार वर्षांनंतर
यातले मागे काय राहील?

आजची धाप, आजचे काम
आजचे तळपणारे ऊन
आजचा भाळावरचा घाम
तेव्हा कुठे कोण पाहील?

तेव्हा सुद्धा गवतामधून
अशीच असंख्य फुले फुलतील
माणसागणिक नाव लेवून
गर्द ताटवे पुन्हा झुलतील.

निळ्याभोर नभाखाली
लहानमोठ्या लाटा उठतील
लहानमोठे हर्षविषाद
काठावरती पुन्हा फुटतील.

सळसळणाऱ्या धमन्यांमधून
पुन्हा वाहील लाल रक्त
त्यातल्या थेंबातच क्वचित
तुझी स्मृती राहील फक्त.

तोवर सक्त हास्यामागे
आजचा अश्रू राखून ठेव
जाड सोशिक त्वचेमागे
एक जखम झाकून ठेव.

चारही दिशांनी

चारही दिशांनी अंधारून येते
आभाळ वरचे वर सरकते
आक्रसत जाते पायातळी भुई
आक्रंदते मन 'नाही नाही नाही!'

अवघे नकार मनी दाटतात
हातात धरले हात सुटतात
पाहताना कधी मागे परतून
पुसटही तेथे उरते ना खूण

उरले आयुष्य भुयारासारखे
दूर दूर दूर जाते काळोखत
आकृतिविहीन दाटती सावल्या
मीही ज्यात मला नाही ओळखत

विलग क्षणांची संगत जुळेना
काय कशासाठी काहीच कळेना
तुटलेली जीभ, शिवलेले ओठ,
गळ्याशी दाटतो कडू कडू घोट.

खालीवर फक्त हेलावते ऊर
उरांत भरतो परकासा सूर
स्वप्नांमध्ये जसा जीव कासावीस
नकळत गेला बुडूनिया दीस.

काही

वेलीत फूल मिटताना
दूरच्या निळ्या रेषेशी
घनगर्द मेघ उठताना
        मज चाहूल देते.... काही

पाऊस फिका पडताना
नि:शब्द हिरवळीवरती
पाकळी मुकी झडताना
        मज विकल करी ते... काही

पाण्यात किरण विरताना
काळोख्या छायांमधुनी
काळोख अधिक भरताना
        मज घेरित येते... काही

वाऱ्यास धुके शिवताना
भिजलेल्या गालांवरती
पापणी श्रांत लवताना
        मी विसरू बघते... काही

निळे नितळ आभाळ

निळे नितळ आभाळ
छाया मनाच्या तळ्यात
सूर गुंतले.... मिटले...
लाल कमलकळ्यात

एक पाऊल तळ्यात...
एक पाऊल मळ्यात...
एका जुन्या आठवाचा
हात हट्टाने गळ्यात..

खूप प्रयासाने आवरावा हुंदका

खूप प्रयासाने आवरावा हुंदका
तसा गडद शेंदरी प्रकाश
जमत आलेल्या सावल्यांमधून
दुपारउन्हाचे नुसते भास

खोल कुठे झिणझिणणारी
उगाच कापते एकाकी तार
माझ्यातले कोणी होऊन दूर
स्फुंदत राहाते क्षितिजापार.

चांदण्यात गोंधळलेले पाणी

चांदण्यात गोंधळलेले पाणी
आणि पावलांशी खळखळत वाहणारी गाणी
शेकडो चिमुकले चंद्र
लाटालाटांतून लवणारे
वारे वाहणारे लिंबावरून

आभाळातून
संथपणे सरकणारा एखादा ढग
हरवलेले दूरस्थ जग
लव्हाळी वास, आसपास

आणि क्षणोक्षणी विरघळत चाललेल्या जाणिवेचे
नुसते नुसते भास.

दान

किती युगांच्यानंतर आज
निवळलेली भोवती हवा
स्वच्छ धुतल्या काचेआडून
लखलखीत लागला दिवा

गाळीत पाणी खोल मनात
मंद पिवळा उजेड भरे
सुखभराने इवलेपणी
जीव मासोळी होऊन फिरे

झरे-पाझर कुठून कसे
रितेपणाला येतात भरू?
दयावंत हे दान घेताना
नको कसला अर्थ विचारू.

भेट

निळीगार फुले चार
घेवड्याच्या वेलावर
ऊब खेळवीत राहे
गोड सुवासबहर

अर्धे भोगीत सावली
अर्धे उन्हावले अंग
तंद्राजड डोळ्यांमध्ये
फिके स्वप्नातले रंग

झुकलेला घोस एक
आली वाऱ्यालाच फुले
भास तयाच्या स्पर्शाचा
माझ्या भाळावर हाले

मिळे सावली उन्हाला
तेथे थरारते रेषा
स्वप्नजागृतीची सीमा
तिची शब्दातीत भाषा

देता घेताना कितीक
सारे मिटले अंतर
माझी मला घडे भेट
लक्ष युगांच्या नंतर.

सारे संपले तांडव

सारे संपले तांडव
मौन उरले गहन
श्वास ओझरता तोही
आता होईना सहन!

झाड झोडपले होते
उभ्या आडव्या वाऱ्यांनी
प्राण कासावीस झाला
हुंदक्यांनी—शहाऱ्यांनी

क्षण वाटले निश्चित
सारे सरले सरले
कसे विध्वंसातूनही
मूळ चिवट उरले?

कसे जळाचे लाघव?
कसा भुईचा ओलावा?
सूक्ष्म नाजूक तंतूंनी
असा पहाड पेलावा!

ओसरल्या वादळाचा
पुन्हा कशाला आठव?
पातीवरती मनाच्या
दंव जपून साठव.

उच्चारलेले सारे शब्द

उच्चारलेले सारे शब्द, दिलेली आश्वासने,
भरभरून आलेले ऊर
आणि डोळ्यांत दाटलेले पाणी—

अवकाशातून कोरलेले सुंदर आकार ठिसूळ ठरले
आणि विरले श्वासदेखील.
दोघांतले अंतर आज किती वाढले आहे.

पण आज मी बघते आहे
अफाट काळाच्या संदर्भात अर्थही नव्हता ज्याला फारसा
ते सारे रुजून आले आहे व्यक्तित्वातून
पावसाळ्यात उगवणारी अकारण हिरवळ होऊन.

माझ्यापासून कितीदा

माझ्यापासून कितीदा   मीच दूर दूर गेले
पायवाटा, राजरस्ते   धुंडाळून पुन्हा आले

जिथे पाहू गेले तिथे   होत्या अडवित्या भिंती
चक्रव्यूह तेढामेढा   पोटी उपजवी भीती!

ठिबकते जागोजाग   गूढ काळोखाचे पाणी
आणि मागून सारखे   पाय ओढणारे कुणी

तेच प्रचंड पिंजरे   उभ्याआडव्या गजांचे—
तेच अटळ दिवस   दैवी लिहिल्या सजांचे—

कैद अनंत जन्मांची   वाढे घटका घटका
काय माझ्यातून मला   नाही कधीच सुटका?

आयुष्यात

आयुष्यात उलटून बघावे लागतात चेहरे
अनेकदा इतरांचे आणि कधी आपलेही
शब्दांचा खरा आशय कळण्यासाठी
अर्धे जगणे जगूनही पुरे पडत नाही.

दिवसरात्र बनते मग एक सलग पोकळी
किंवा एक दुर्बीण—मात्र उलट्या भिंगाची
जी डोळ्यांना लावून बघताना
साधी साधी माणसेही दिसतात रंगारंगाची

अशा वेळी खरे खोटे एकात एक मिसळताना
जीवनद्रवाने पेला भरून खालीवर हिसळताना
डोळे भाजणारे रसायन असे चमकून जाते काही
तुझ्यापुरते तेच सत्य... दुसरे काहीसुद्धा नाही.

चेहरा

हा चेहरा माझा नाही, नाहीत माझे हे भाव-आविर्भाव
हा परंपरेने मला लाभलेला : जसा माझा देहस्वभाव
नसानसांतून पसरलेली परंपरेची पाळेमुळे
खोल भुयारातला प्रवाह रक्तामधून गूढ सळसळे.

डोळ्यांमधून डोकावते... भुतासारखे हसते कोण?
जन्ममृत्यूच्या पडद्याआडून क्षणैक मला दिसते कोण?
या वेदना, संवेदना, ही स्फुरणे, हे हर्षविषाद,
हा कुणाचा दारुण शाप? हा कुणाचा वरप्रसाद?

चेहरा जून होता होता एके दिवशी गळून पडेल
जुनाट वंशवृक्षाचे आणखी एक पान झडेल...

निरर्थाच्या क्षणी

वारे थकून विसावलेले आभाळाच्या वक्षावर
घरटे धरते वत्सल छाया शेवटच्या पक्षावर
सुगंधाचे सारे पीळ सैल होऊन सुटलेले
प्रत्येक फुलाचे स्वतंत्र विश्व आपल्यातच मिटलेले.

वळसा घेऊन स्वत:पाशी पुन्हा येते प्रत्येक वाट
काठापासून परतलेली आत आत घुसते लाट
दूर कोठे चंद्र, तारे, आभाळ दूर त्याहीवरते
फक्त पुसट चंद्रबिंब ओल्या रेतीवर उरते.

सुरामधून उलगडत सूर पुन्हा विरून जातो
शब्द शब्द आपला अर्थ पुन्हा आत ओढून घेतो
गालावरची ओली खूण अदृश्याचा हात पुसतो
अशा निरर्थाच्या क्षणी आपणसुद्धा आपले नसतो.

धून

त्वचेसारखे एकाकीपण जन्मापासून जिवास जडले
काळोखाचे चिवट धागे प्राणांच्याही खोल भिडले
रस्त्यावर अफाट गर्दी तरी ज्याचा तो एकटा
त्याच्या पावलांपासून फुटतील त्याच फक्त त्याच्या वाटा.

झाकल्या पापणीमागे उभे ज्याचे त्याचे खाजगी जग
खाजगी अगदी त्याचे सुख, त्याचे दु:ख, त्याची तगमग...
कधी मधी आधाराला पुरतो दगड, पुरते भिंत
पूरपाण्यासारखे पुन्हा एकाकीपण वेढते संथ...

अवतीभवती पसरू बघतो अंतर्वर्ती केंद्रामधून
घणाघातासारखी आत घुमत असते आत्मधून.

निर्वात

गाढ स्नेह असला तरी कधी येतात असे क्षण
दोघांच्याही मनांमध्ये दाटून येते एकटेपण!
व्यक्तित्वाचा मूढ मुखवटा त्याच्यामागे विराट पोकळी
गर्द राने : एकाकी वाटा : चांदण्यात न्हालेली तळी :

तोंड फिरवून बसते आभाळ, बंद होतात दिशा दाही
एकामेकात शिरायला रस्ताच मुळी सापडत नाही!
शब्द सारे होतात मुके, उग्र नकारांकित मन—
ओळखीच्या पोटातली ही अनोळख किती विलक्षण!

आत्म्यांच्या अलौकिक जवळिकीलाही सीमा असतात
कधी नुसते देहावरचेच खाच, खड्डे, डाग दिसतात;
अशा वेळी करशील काय? हातचा हातच सोडून देशील?
अभिमानाने ताठ असशील की अशरणतेने रडशील?

उंच कडा मागे उभा... पुढे अथांग दरी भयाण...
स्नेहशून्य निर्वातात सावरशील? झोकशील प्राण?

सहजखूण

सहज फुलू द्यावे फूल, सहज दरवळावा वास
अधिक काही मिळवण्याचा करू नये अट्टाहास
सुवास, पाकळ्या, पराग, देठ—फूल इतकीच देते ग्वाही
अलग अलग करू जाता हाती काहीच उरत नाही.

दोन पावलांपुरते जग तेच अखेर असते खरे
हिरवीगार हिरवळ तीच, त्याच्यापुढे काय उरे?
पुढे असते वाळवंट फक्त, करडे, रेताड आणि भयाण
निर्वात पोकळीमध्ये अशा गुदमरून जातात प्राण!

फूल खरे असेल तर सुवास तोही आहे खरा
वाळूइतकाच खरा आहे वाळूमधला खोल झरा.
थेंबामध्ये समुद्राची जर पटते सहजखूण—
सुंदराचा धागा धागा कशासाठी घ्यावा उकलून?

मुखवटाही असेल, असो...मागले काहीच नये दिसू
साधे शब्द पुरेत तेच, एक साधे सोपे हसू...

समंजस

दु:ख समंजस माझे
नाही फिरविली द्वाही
कधी आले आणि गेले
मला कळलेही नाही

मला कळलेही नाही
उरे पुसटशी खूण
...फक्त फिकट चांदणे
...फक्त मंदावले ऊन.

त्याला जपण्यासाठीच

शतधा झाला देह तरीही
अभंग राहो आतील 'तो'
त्याला जपण्यासाठीच माझा
जीव असा हळवा होतो.

तसे इथे तर कुणीच नाही
अक्षय अव्यय ल्यालेले
सहा ऋतूंचे सहा सोहळे
गगनाचेही झालेले!

जळधारेच्या अखंडतेतही
थेंब आजचा उद्या नसे
ठाऊक सारे-तरी झोंबते
चिरंतनाचे दिव्य पिसे!

कालची न मी आज, आजची—
पुन्हा उद्याला मी नाही
अंतर्यामी 'त्या'ला देते
तरीही माझी मी ग्वाही!

तुझे शब्द माझे शब्द

तुझे शब्द माझे शब्द
दूर भांबावून उभे
मध्ये अनामिक दऱ्या
वाहणाऱ्या काळोखाच्या
ऐलतीरी पैलतीरी
सूर गुंफिती बासऱ्या

तुझे शब्द माझे शब्द
विस्तारत विस्तारत
होत जातात धूसर
मुक्या अवकाशामध्ये
मिळताही मिळेचना
त्यांचा मिळेचना स्वर.

तुझे शब्द माझे शब्द
अनोळखीपण त्यांचे
कसे कोण सांधणार?
साचलेल्या अभावाच्या
नि:स्तब्ध या डोहावर
पूल कोण बांधणार?

एकाकी

'तुझा' आणि 'तुझ्यासाठी'
शब्द सारे खोटे,
खरी फक्त क्वचित कधी
बिलगणारी बोटे.

बिलगणारी बोटे तीही
बिलगून सुद्धा दूर
खोल खोल भुयारात
कण्हणारे सूर.

दूरदूरच्या ओसाडीत
भटकणारे पाय,
त्वचेमागील एकाकीपण
कधी सरते काय?

शब्दामागे उभा अर्थ

शब्दामागे उभा अर्थ
अर्थामागे उभे मन
मनाच्याही पैलपार
बोले कुणीसे गहन

उभ्या आभाळापर्यंत
तरी फोडाव्यात राशी
रक्तबंबाळ होऊन
तरी भिडावे तयाशी.

शब्द म्हणजे

शब्द म्हणजे असतात केवळ बेटे
पाण्याने वेढलेली, एकमेकांपासून तुटलेली
सांभाळीत उरावर निबिड अरण्ये, हिंस्त्र श्वापदे
दूरचे क्षितिज न्याहाळीत आपल्यातच मिटलेली.

शब्द म्हणजे केवळ तारा, निर्जन वीजवाहिन्या—
क्षणकाळ पेटणाऱ्या, एरवी विझलेल्या,
पेटतेपणाची आतुर प्रतीक्षा करीत
मनातल्या धुळीमध्ये घनघोर निजलेल्या.

शब्दांनीच परस्परांना भिडू बघतो आपण
लढू बघतो आपण,
शब्दांना शब्द भेटतीलच असे नाही
शब्दांना शब्द भेटतीलच असे नाही

ढग येतात

पुरून ठेवले आहेत किती शब्द मातीखाली
आभाळातून सरकतात फक्त वांझोटे ढग,
दूर कुठे तरी असेलही घनदाट बरसात
असेलही सरसरून उठत एक हिरवे गर्द जग.

कालामध्ये सामावलेला कालातीत अखंड अनुभव
एक धावते वादळ : एक अवरुद्ध गती
अस्फुट ओले थेंब : पापण्यांवरचे तरल भास
गालावरून फिरणारे पीस : किती, किती आणि किती—

डोळ्याआड जपून धरीत अवकाशामध्ये दिसलेले
हिरवे चमकदार पाते अंग मुडपून बसलेले
बीजामधले अंकुर तगमगतात प्रकाशासाठी
शब्द पडून आहेत खोल भूमिगत प्रवाहाकाठी.

ढग येतात... ढग जातात... कधीकाळी घेतला वसा...
पुरून ठेवलेल्या शब्दांचा कणकण होतो भुसा.

प्रत्येक सुकलेल्या पाकळीत

प्रत्येक सुकलेल्या पाकळीत
अंतर्भूत असते सुगंधाची गाथा
उमलण्याची व्यथा;

       वाऱ्यावर लिहिले गेलेले उच्छ्वास
       खोल कुठे क्वचित फळाची आस;

उन्हाशी केलेले सोनेरी संकेत
डोलताना मजेत;

       त्याच्याही मागे वेदना निरुपाय
       रुजलेला कोठे फुलपाखराचा पाय
       काट्यांची सल, पाण्याची ओल;

प्रत्येक सुकलेल्या पाकळीत
असतात दडलेले अनंत संभव
       अधिक उणे
       स्थलकालाचा दुवा जोडणारे सलगपणे

       जसा प्रत्येक शब्द उमटलेला, न उमटलेला
       अथवा जन्मताना विझलेला ओठी
       ज्याच्या पुढे आणि पाठी—
       उभे असते एकेक विश्व.

पडदे

मागे सारून आज सात पडदे डोकावते खोल मी
कोठे चाचपतात काय नकळे बोटे खुळी आंधळी!

ओल्या आठवणी, अनावर हसे, दूरस्थ दु:खे तशी
कोठे विस्मित खिन्न मूढ पुतळे, कोठे फुले वाळली
कोठे विव्हल चांदणे डहुळते रस्ता निघे एकटा
चित्रे भंगुनिया कितीक पडली जाऊन वेडे तडे.

दारे लावून सर्व येथ मजला केले कुणी बंद? का?
नाही मी रडले, कुठून मग हा आला बरे हुंदका?

रहस्य

विश्वातील रहस्य सुंदर उरे विश्वासही व्यापुनी
डोळे हे फसवे जिथे जळ तिथे भूमी तयांना दिसे
शब्दांनाही अनेक अर्थ, नकळे त्यांचा खरा आशय
स्पर्शातीतच जे खरोखर कसे लाभेल ते स्पर्शने?

मी पुष्पे हृदयी धरून बघते गंधास कोंडावया
मातीच्या पणतीत भंगुर बघे ठेवावया सूर्य मी
वाटे ओंजळही भरून करता येई रिता सागर
डोळ्यांनी क्षितिजास प्राशिन अशी ऊर्मी कधी ये मनी.

माझा देह परंतु मर्त्य असती पंचेंद्रिये क्षीण ही
जाते एक पळामध्ये सुकुनिया ही जीविताची लता
टाहो फोडिती प्राण सूर न परी ओठांमधूनी फुटे
मातीचे घर : ज्योत त्यांत भडके : तीही विझे शेवटी.

कैचे जीवन हे, इथे जर आम्ही मृत्यूच हा श्वासितो
जाता स्पर्श करू फुलास उरती हाती सुट्या पाकळ्या!

रंग

कोणाचे मन हे इथे विखरुनी रंगांतुनी सांडले?
मातीतून रुजून कोण फुलले उन्मुक्त पुष्पांसवे?
कोणाचे मृदु सांध्यभाव हसरे मेघात आकारती?
वाऱ्यातून भरीत शीळ फिरते हे कोण वेड्यापरी?

वृक्षांच्याही मुखावरी स्मित दिसे गंभीर आश्वासक
पानांची कुजबुज मंद हळवी विश्रब्ध वाटे किती!
श्वासांचे इवले तरंग उठले, पाण्यावरी की मनी?
येतो ऊर कसा भरून? नयनी का दाटती आसवे?

आभाळी घननीळ तोच विलसे मातीतुनी जो रुजे
अंतर्बाह्य भरून पूर्ण उरली त्याची कृपा कोवळी
काही एक नवीन खूण पटते माझीच आता मला
मी माझेपण विस्मरून भरते साऱ्यांमध्ये आज या—

हा माझाच मला बहार दिसतो विश्वात सामावला
आले लेवून रंग तेच हळवे कित्येक जन्मांतले.

तिरपा क्षण

पाठीशी भरदार घेऊन कडा खाली दरी कोसळे
ओलेता हिरवेपणा ठिबकला छायेत पानांतला
बुंधे राकट उग्र आणि वलये वेलीतली लाडकी
डोळ्यांच्या बुबुळांत आतुरपणी चित्रे किती बिंबली.

सारे सुंदर अप्रमाण भंवती गूढामध्ये झाकले
झाला व्याकूळ जीव स्पर्शून तया अस्पष्ट काही तरी
तो हेलावून भोवताल फुटले काचेपरी नाजूक
आली लाट विराट एक कुठुनी वेढून घ्याया मला.

गेले अंग भुईमध्ये मिसळुनी मातीत माती जशी
गेले श्वासही दूर दूर, उतरे आभाळ डोळ्यांमध्ये
पक्ष्यांची किलबिल मंद विरली, नि:स्तब्ध झाले क्षण
मी जन्मांमधुनी अनंत फिरले माझेपणा सोडुनी

...झालेला क्षण तो कलून तिरपा...ती थांबलेली गती
गेलेली स्थलकालाशी मिळुनिया ते स्वप्न, ती जागृती...

भूतांतूनच

भुतांतूनच वर्तमान उमले तेही पुन्हा मावळे
एकामागून एक लोटून अशी संवत्सरे चालली
गेले बाल्य दुरी, धुक्यात दडले, अस्पष्ट झाले अता;
माझेही मज ना कळे पडतसे देही कसा पालट.

पायांखालील वाटही बदलते जाते मिटोनी जुनी
आता हे नवखेच वृक्ष दिसती बाजूस दोन्ही उभे
कोठे मंदपणे कुतूहल मनी केव्हातरी चाळवे
जाते तेही विरून आणि उरते नि:स्तब्धता, मूकता

केव्हा बंड करून जीव उठतो सारेच नाकारीत
'देऊ सोडून वाट आणिक घुसूं या आडरानामध्ये?'
माझी मी मजलाच प्रश्न करते होऊन कासावीस
भीतीने वळती फिरून, पडती वाटेवरी पाउले.

आता एकच सत्य : तेच उरले जाणीव ही व्यापुनी
भूमी आणिक पाय आणि गति ही नाही जिला शेवट.

दुभंग

मी रक्तातून सूर्य का रुजविला? का प्राशिले चांदणे
गात्रांतून? नसांतुनी रुजविल्या नक्षत्रवेलीही का?
मर्मी झेलुन वीज पार फसले, उद्ध्वस्त झाले पुरी
गेले झाड उभे जळून, धुमसे राखेतुनी पालवी.

आहे मी दुबळी अतीव जर हे माहीत होते मला
मोहाने भलत्या कठोर इतुके का दान मी याचिले
दाता निर्दय तू असीम तव हे औदार्य आहे तरी
माझे वस्त्र विशीर्ण जीर्ण अपुरे भिक्षा तुझी घ्यावया.

आता जाणीव स्पर्शमूढ, उसळे काळोख डोळ्यांपुढे
झाले रक्तच बेइमान मजशी, संवेदना गोठल्या.
भिंती कोसळल्या कशा धडधडा नाही निवारा शिरी
ये फेसाळत पूरपाणी भवती घ्याया गिळोनी मला.

नाही मी इथली, नसेच तिथली, आधार सारा सुटे
हे घेऊन दुभंगलेपण उरी जाऊ आता मी कुठे?

सायुज्य

वस्तूंच्या अधरांवरून पुसते जेव्हा जुनी ओळख
झाडांचा हिरवेपणा हरवतो, आभाळ जाते दुरी
पायांखालून भूमिही सरकते होती दिशा पारख्या
कालातीत विषण्णतेत झरतो एकेक काळा क्षण.

माझाही गळुनी पडे मुखवटा, अस्तित्वही लोपते
येते दाटुनिया रितेपण मनी ओसाड वाळूपरी
साऱ्या सुंदरतेस विकृति जडे होते स्मिताचे रडू
ज्याला स्पर्श करीत मी फुटूनिया उद्‌ध्वस्त ते होतसे.

मी माझ्यातच खोल खोल बुडुनी तेव्हा तुला शोधते
झंझावात बनून वेढित मला येतोस तू निष्ठुरा
घेसी तीक्ष्ण विजेपरी कवळुनी या मूढ गात्रांप्रती
होसी ओघ अनाद्यनंत मजला खेचीत न्याया पुढे.

घे खग्रास मला गिळून असली तुझी कठोरा दया
या प्राणांतिक मीलनातच परी सायुज्य लाभे प्रिया.

आलो चालून प्रांत

आलो चालून प्रांत दूरवर हा : सारे इथे वेगळे
अंगांगातून खोल शीण भरला, लागे जिवा धापही
पूर्वीचा अवघा प्रदेश हरपे, कोठून आलो कुठे?
चालावे तितुकी पुढेच सरके रेषा नभाची निळी.

होते आखीव विश्व बाळपणचे, आभाळ होते खुजे,
होता बाहीर-आत एक भरला आनंद भोळा खुळा,
होता एकच रंग गार हिरवा, होती फुले पाकळ्या,
होते स्निग्ध पराग कोमलपणे देहावरी वर्षत.

हाती हात धरून पाऊल पुढे कोणी कधी टाकले?
गाणी गात सुरेल आणि सुटलो कैसे कुठे धावत?
—झाला सूर्य कधी कठोर नकळे, वाऱ्यास अग्नी फुटे
आता एकच रंग रुक्ष करडा मागे, पुढे, भोवती.

रेताडे पिवळी बघून दुखते डोळ्यांतली बाहुली
जेथे ऊन अफाट काय पुरते तेथे तुझी साउली?

काळोखपाणी

आली सोनउन्हे मिटू : सरकती आता पुढे सावल्या
गेलेले दिवसास दूर परते वारे मऊ शीतळ
सांजेच्या क्षितिजांतुनी विखुरली गोधूळ खाली बसे
किंवा हा दिन श्रांत टेकीत हळू गालावरी पापणी!

आभाळांतील रंग गर्द विरले काळोखपाण्यांतुनी
येते लाट पुढे गिळीत अवघे एकाच घोटामध्ये
साराही अवकाश एकवटला खाली वरी भोवती
नि:शब्दावर रेखिते झुळूक ही अज्ञात काही लिपी.

विश्वे दूर अफाट नांदती कुठे कक्षेत आपापल्या
एकाकी पथ आक्रमीत फिरती तारे तसे दूरचे
काळेभोर अरण्य हिंस्र : गवती कोठे किडा श्वास घे
नांदे अद्भुतरम्य एक दुनिया पायातळी सागरी.

शून्याला परिणाम देत चमके भित्री वरी चांदणी
काळोखांतच श्वास हा घुसमटे, काळोख दाटे मनी.

आरसा

अस्तित्वावरुनी ऋतू कितीतरी जातात हे वाहुनी
देहाचीही त्वचा जुनी गळुनिया येते नवी पालवी
या साऱ्या बदलांतुनी तरी कसा गाभा उरे तोच तो?
प्राणांतून झरे अनावर कशी ही धून? ही पायरी?

येते लेवून रंग बाळपणीचे आभाळ भोळे खुळे
सांजेला क्षितिजावरी उमटती अंगाइगीते पुन्हा
जेव्हा वात दिव्यामध्ये उजळते, वाऱ्यासवे नाचते
होते कंपित उर आणि भरती डोळ्यांतुनी आसवे.

काळाचा पट एक एक सरके, खाली बसे धूळही
काळोखांतून हालती कवडसे, हेलावती सावल्या
सारे दृश्य अनोळखी तरी पटे काही जुनी ओळख
काही मंदपणे मनी झिरपते, काळीज ओलावते

जाते छेडून कोण तार हृदयी? हा सूर येतो कसा?
भुताची भलती भुलावण करी तो कोणता आरसा?

एकोऽहं बहुस्यां

प्रकाश परावर्तित करणाऱ्या काचा, बदलणाऱ्या प्रतिक्षणी
विचित्र आरसेमहालात या कोंडले मला कधी? कुणी?
खाली, वर, इकडे, तिकडे, कसे, किती, काय पाहू?
इथून पळ काढू किंवा खिळल्यासारखी स्तब्ध राहू?

मजपासून दूर जाणारी : उमटणारी : मिटणारी :
काही सलग जुळणारी : काही तडकून फुटणारी :
जिकडे पाहीन तिकडे मला माझी प्रतिबिंबे दिसतात
माझी अनंत रूपे, विरूपे, अपरूपेही त्यांत असतात.

एकांत एक खोलवर किती बिंबे बिंबलेली
माझी बिंबरूप छाया गती हरवून थांबलेली
विखुरलेले अगणित तुकडे, तुकड्यांतही मीच असते
कुठे पिळवटून आक्रसते, कुठे रडते, कुठे हसते.

विराट आणि व्यथापूर्ण विस्मयावह व्यंगाकार...
'एकोऽहं बहुस्यां' चा सनातन साक्षात्कार.

देणे

किती जन्मजन्मांतुनी हिंडताना किती साहिल्या अंतरंगी कळा
युगांचेच देणे सदा देत आहे तरीही तपस्या न आली फळा
जरी रक्त रक्ताप्रती दाद देई परिघात जो तो स्वत:च्या फिरे
त्वचामीलने मात्र होती क्षणाची उरातील आत्मा अभागी उरे

किती पल्लवांतून वेचून पुष्पे तयांचे गळा हार मी घातले
कलंकामध्ये हात माखून अंती उरे फक्त निर्माल्य भोळे खुले
अनंतातली साद प्राणास येता उडे जीव झेपावुनी अंबरी
खुडूनी जरी श्वास द्यावे स्वत:चे तरी मूक हातातली पावरी,

स्वत:चा व्यथाभार तोलीत माथा अविश्रांत जिवा कुणी ताणणे
इथे सूर प्रत्येक शोधी दुज्याला तरी ना कुणाला कुणी जाणणे
स्फुरू पाहते जो मनालागि वाचा तुटे जीभ बंदिस्त ओठातली
तरंगातले बिंब जाते फुटूनी जळीची जळी लोपते सावली.

जरी भोग हा भोगणेही चुकेना व्यथेचीच होवो कथा सुंदर
जिव्हाळीतल्या रक्तधारेस देवा असा लाभू द्या अमृताचा वर!

बुडणारे काही

घनदाट निबिड मन
स्वच्छ कोवळी तनू
आतल्या ज्योतिने
पाजळला अणु अणु

स्मित अधरावरती
पदर गूढ जाणता
हृदयाशी जपतो
आशय तो कोणता?

घटकेत वाटते
इवली ही बाहुली
पापण्यांआड पण
शतकांच्या चाहुली

घनदाट निबिड मन
अथांग जळ सावळे
बुडणारे काही
आत संथ मावळे.

हिरव्यागार ताटव्यांतून

हिरव्यागार ताटव्यांतून हिंडणारी एक मुलगी,
माना उंचावून बघणारे प्रश्नार्थक गुलाब,
दूरातून येणारे समुत्सुक स्वर
लडिवाळ आवाहनाचे,
आणि क्षितिजापर्यंत अस्पष्ट होत जाणारा
जाणिवेपलीकडचा एक प्रदेश;

वाहतो आहे वारा हलकेच
वात्सल्याने तिचे गाल स्पर्शीत, कुरवाळीत,
तिचे डोळे
डोळ्यांपलीकडचे चित्र बिंबवणारे..

हेलावत हेलावत स्तब्ध होतात ताटवे
हलके हलके गळतात गुलाबपाकळ्या
धूसर होत जातात, विरतात स्वर,
आणि पिवळे पडत जाते गवत...

एक लहान मूल

ढसढसून रडणारे एक लहान मूल; असहाय, अगतिक
मला त्याच्या रडण्याचे कारण माहीत नाही,
त्याचा खाऊ कुणी पळवला? त्याचे खेळणे हरवले?
की... धस्स होते छातीत माझ्या -हरवली त्याची आई?

रडून रडून सुजलेले डोळे, गालांवरचे पोरके ओघळ,
हुंदक्यांनी गदगदणारे इवलेसे कृश ऊर;
मुद्रेवर कोरलेला अपार हरवलेपणा गुदमरवणारा
या क्षणी ते गेले आहे साऱ्यांपासून किती दूर?

एक लहान मूल प्रथमच होणारे सुजाण,
बाळओठांनी चाखलेली दुःखाची पहिली चव,
निर्मळ जळात मिसळलेला पहिला थेंब जहराचा
प्रथमच होणारा प्रौढपणाचा अकस्मात संभव.

इथून पुढे त्याचे डोळे अधिकच खोल होतील
आणि त्याचे कोवळे हात चटक्यांना सरावतील...

पन्नाशी उलटूनही

पन्नाशी उलटूनही अजून ती पोरच राहिली आहे.
जिला घर वाटते घरकूल आणि संसार भातुकली
तशी खूपच लांब वाट चालून आली आहे
तरी तिची लहानगी पावले अजून नाही थकली

संकटे वाटतात तिला अजून गोष्टीतलेच राक्षस
ज्यांच्याशी ती गवताच्या तलवारीने मुकाबला करते
भाळावरचा घाम पुशीत हसत हसत घालते घाव
कधी जिंकते, कधी तलवार मोडल्यामुळे हरते.

कठीण प्रश्नही स्वत:पुरते केले तिने सोपे
गुंतागुंत साध्या सरळ चौकटीतच बसवली
चांदण्यात सारेच नितळ होऊन जावे
तशी तिने आपल्या स्मितात प्रतिकूलताही हसवली!

कधी कधी मात्र अगदी जाते हताश होऊन
मुठीतले प्राजक्तफूल कोमेजावे तशी दिसते
पुन्हा उठते खूप हसते तोच तिचा विरंगुळा
किंवा गाणे गात बसते जरी गोड नाही गळा.

परवा किती दिवसांनी भेटली मला अचानक
नेहमीसारखी बोलली जीव भरून अनावर उत्सुक
मला मात्र प्रथमच दिसले झपाट्याने पिकणारे केस
प्रथमच जाणवला तीव्रतेने प्रवाहावरचा पोकळ फेस.

ती

रस्त्यावरून गर्दीसंगे वाहताना : ती एकटी
एकांतात आरशामध्ये पाहताना : ती एकटी
ती एकटी : पांढऱ्याशुभ्र ढगासह उडताना
ती एकटी : काळ्याभोर डोहामध्ये बुडताना

मुख उमलत्या कमळासारखे शांत तृप्त स्वयंमग्न
झुळझुळणारा सांजवारा तसे तिचे संथ श्वसन
आतल्याआत खूप काही घडत असते... मोडत असते...
नितळ निर्मळ डोळ्यांनी ती फक्त स्वच्छ हसते!

माणसे भोवती गोळा होतात, कोलाहल सर्वकाळ
तिचे उजवे पाऊल तेव्हा अलगद देत असते ताल
लाट मोडल्याविना जसे पाण्यामधून यावे ऊन...
सुखदुःख दोहोंच्याही पैलपार तिचे मन!

स्वतःमध्ये खोल खोल अशीच ती रुजत जाते
हिरवागार सूर होऊन अवघेपणी प्रकट होते.

अतर्क्य

ढगाळलेल्या आभाळाचे होते तिचे मन
मुखावरती तिच्या सतत सावट विलक्षण
डोक्यावरून पदर घट्ट : दाती त्याचा शेव
दोन मोजक्या शब्दांचीच कायम देवघेव.

एकदा जिना उतरताना तिने पाहिले वळून
काय पाहिले मला कधीच आले नाही कळून!
दिवेलागणीला एकदा धावत आली कुठून
काळोखात गडप झाली, रडली फुटून फुटून!

आणि मग चार दिवस भकास भकास झाली
अवंढा गिळीत मुकाट राहिली डोळे वळवून खाली
फट्ट कपाळाच्या मागे सारे काही दडवून
उजाड डोळ्यांमध्ये तिने चंद्र टाकला बुडवून.

स्वत:शीच काहीबाही आता बोलत असते
कधी दूरच्या ढगावर नजर लावून बसते;
दारावरून प्रेत गेले तिला आले हसू;
घसाघसा पदरानेच गाल लागली पुसू.

अपरिचित

उजवीकडे अनोळखी देऊळ, डावीकडे अपरिचित रस्ता
समोर हेलकावणारा अथांग जलाशय
मावळत्या किरणात चमचमणारे पाणी
त्याच्या पलीकडे अस्तोन्मुख सूर्य टेकलेला क्षितिजाशी
आम्ही दोघी उभ्या अलीकडल्या काठाशी.

काही क्षणांपुरत्या आम्ही खूप खूप जवळ
प्रत्येकीचे खाजगी जग मागे लांब दूर
ती बोलते आहे मुक्त होऊन, भरून भरून ऊर....
तिच्या मुद्रेवरील आक्रसलेल्या रेषा न्याहाळण्यात मी चूर!

चमचमते पाणी, तिरपे सूर्यकिरण, देऊळ, रस्ता
अवघा अवकाश एकाग्र, स्तब्ध.
ती बोलते, बोलतेच बोलते एकसारखी
काही क्षणांपुरती खूप मनमोकळी, विश्रब्ध.

एक विश्व उघडून मिटते... दिसते ओझरते रहस्यमय अंतरंग
मी बोलू धजत नाही, करीत नाही तिच्या एकतानतेचा भंग.

आता आम्ही परत फिरलो आहोत
गिळणार आहेत आपापली खाजगी जगे आम्हाला
हे रहस्य तिष्ठत राहील इथेच अनंत काळ
मावळता सूर्य, अनोळखी देऊळ, अपरिचित रस्ता साक्षीला.

गूढ

आकाशपात्राखाली झाकलेला हा निर्मनुष्य निवांत
थेंबाथेंबाने ठिबकतो आहे पसरतो आहे शांततेचा द्रव
झाडे श्वास रोधून उभी : पान पान थबकलेले अचल
चाहूल नाही कसलीच, नाही वाऱ्याचाही पायरव.

क्षितिजाची सकरुण दृष्टी, आभाळाचे अर्थपूर्ण मौन
दूरच्या डोंगररांगांचा सक्त जागता निळा पहारा
पायातळीचे गवतदेखील गहन जाणिवेने भारावलेले
इथल्या फुलांतून बघते कुणी की भासच सारा?

मधूनच सारा परिसर हिंदकळतो स्थिर होतो पुन्हा
मधूनच एखादा श्रांत उसासा... आसवांचा वास...
कोणते गूढ आहे इथे अजूनही अदृश्यपणे वावरत?
इथल्या हवेतून कुणाचे मिसळले आहेत श्वास?

कुठल्या अपुऱ्या स्वप्नाचे तुकडे इथे विखुरलेले?
कोणते जीवननाट्य इथे कधी घडून गेले?

कट

जमिनीतून आभाळाला भिडलेले सरळसोट वृक्ष
उलट्या विहिरीचा तळ तसा मधला निळा गोल
चहू दिशांनी उतरत आलेल्या गहनगूढ सावल्या
झेपावत हेलकावणाऱ्या फांद्यांचे विकट हिंदोल

पावलांपाशी सळसळणाऱ्या वेलींच्या हिरव्या नागिणी
उग्र कातरकडांच्या पसरलेल्या रुंद फणा;
हलत्या कवडशांचे झळझळणारे रत्नमणी असंख्य
अवचित साधतात किरण : बधिर करतात मला!

गिळून टाकणारी ही शांतता, हे रागीट परकेपण,
जाणवत आहे सारखी हिरव्या श्वासांची धग
कशी कुठून आले इथे अडकले या चक्रव्यूहात?
मागे हरवून आले कशी माझे सावध जग?

माझ्यासाठीच वळणावर टपून होते हे रान?
इथले पान पान एक सांकेतिक लिपी भयाण
वाटते कुठल्याही झाडाआडून चमकतील हिंस्र डोळे
ताणला जाईल तीरकमठा, सुटेल विषाचा बाण.

व्रत

ज्या क्षणाला घेतला मी सूर्यसुमनाचा वसा
आंधळ्या वेड्या व्रताचा लाभला मज वारसा!
सूर्य माझे विश्व आता, सूर्य माझे गगनही
रेखली सूर्यासभोती पावलांखाली मही.

सूर्यशूली मी मला विंधून आहे घेतले
दुःखभोगा ये रुची सुख काय सांगू त्यातले?
पाकळ्यांनी वेढूनिया सूर्य धरला मी उरी
जाळणारी आग रुचली खोल माझ्या अंतरी.

पाय मी देऊन त्याला रोधिली माझी गती
वाट एकाकी व्रताची अन्य नाही सोबती.
आणि आता सूर्य-मी हा भेदही ना राहिला
या परागांतून त्याला उगवता मी पाहिला.

सूर्यसुमनाच्या व्रताची हीच अंतिम सांगता
लाभहानीचा अशा का अर्थ येतो सांगता?

समुद्रगंध

निळा निळा समुद्र आणि बेट पाचूचे मध्ये
तिथेच मी, तिथेच मी : मनात कोणीसे वदे

उभा समोर वृद्ध माड हालवीत झावळी
जळात गाइ अप्सरा उदास धून सावळी

निळी निळी सुरेल लाट रत्नचूर सांडतो
फुटून फेस मोकळा नवीन साज मांडतो

नभावरी मनाहुनी विचित्र रंग पेटती
नसानसात आर्द्रसे समुद्रगंध दाटती.

पुराण शिंपल्यामधून गाज तीच ये पुन्हा
तळात खोल जागल्या अनंत जन्मीच्या खुणा.

रितेच हात राहिले स्मृती कितीक वेचुनी
निळा निळा समुद्र गूढ मिटून जाय लोचनी.

कारवा

उठे काफिला चाले पुढती लांब रांग उंटांची
संथ सरकती साथ तियेला गळ्यातल्या घंटांची

निळे निळे हिमकंपित अंतर, थरथरणाऱ्या तारा,
तीक्ष्ण सुईसम सरकत जातो देहामधून शहारा.

वाळवंट विस्तीर्ण पसरले त्यास ऐल ना पैल
चार खजुरी उभ्या, तळाशी झुले सावली सैल

उठले तंबू उपटून मेखा तुटती तणावे सारे
निघे करावा अवचित येता दुरूनी गूढ इशारे.

सुन्न शांतता तिचाच राहे भरून कानी नाद
कुणी कुहरातून दे आरोळी भयाण ये पडसाद!

मुकेपणाने उंट चालले क्षितिजाच्या रोखाने
वाळूवरती उठती मिटती निमिषांची पदचिन्हे.

सराटा

सराटा कसा असतो ते मला आता आठवत नाही
तसे बाळपण गेले माझे आडगावात, खेड्यात,
हिंडले आहे मी खूप काट्याकुट्यात, दगडागोट्यात
तेव्हा मऊ तळव्यांना अनेकदा सराटे टोचले
त्यांची तळपायांवर खूणही राहिली नाही.

सराटा कसा दिसतो ते मी विसरले आहे
सराट्याचे रंगरूप... त्याचे शास्त्रीय नाव...
हिरवे काटे पिवळे पडताना होणारी प्रक्रिया
रेशमी मऊपणात नकळत भरत जाणारी काटेरी हिंस्रता
कसे घडते हे सारे... काही मला माहीत नाही.

तरी देखील डांबरी गुळगुळीत साफ राजरस्त्यावरून चालताना
निबर तळपायांना सराट्याची बोच आजही कशी जाणवते?
एखाद्या रात्री पहिल्या झोपेतून अचानक जाग आल्यावर
सारे अंथरूणच एक अजस्त्र सराटा कसे बनते?

कळते आहे

कळते आहे : नसेल केली मनाजोगती साथ
जुळता जुळता तुटले असतील कोमल काही धागे
आणि ठाकता उभे उभयता प्रळयाच्या काठाशी
अवघड वेळी असेनही वा भिऊन वळले मागे

कळते सारे : तरी सांगते स्मरून माझ्या हृदया
हास्यामागे आसूभरली सतत आठवण होती
बरसत गेले मेघ नभातून किती, न गणती केली
आज परंतु मुकी आणखी सोशिक आहे माती.

हे एक झाड आहे

हे एक झाड आहे : याचे माझे नाते
वाऱ्याची एकच झुळूक दोघांवरून जाते.

मला आवडतो याच्या फुलांचा वास
वासामधून उमटणारे जाणीवओले भास.

पहिल्यानेच याची मोहरताना फांदी
ठेवली होती बाळगाणी याच्या कटिखांदी.

मातीचे झाड : झाडाची मी : माझी पुन्हा माती
याच्या पानावरच्या रेषा माझ्या तळहाती

ढलपी ढलपी सुटून मुळे झाली सैल
रुजते आहे झाड माझ्या रक्ताच्याही पैल.

कधी तरी एके दिवशी मीच झाड होईन,
पानांमधून ओळखीचे जुने गाणे गाईन.

आटपाट

आटपाट नगराची
कुठून कशी वाट?
कोठे ते खोल तळे
तो कुठला घाट?

पुत्र कुणी कोणाचा
बुडवला तळ्यात?
गुदमरले गीत कुठे?
कोणत्या गळ्यात?

गुपित उरी घेउनिया
संथ संथ लाटा
अजुनीही असतील का
भिजवित त्या काठा?

भरलेल्या आभाळी
खिन्न झुरे सांज
मंदिरात आरतीची
वाजतसे झांज.

ऊर कोण फोडुनिया
आर्त गीत गाते?
कोणाचे पाउल ते
दूर दूर जाते?

आटपाट नगराचा
मार्ग वाहणीचा,
कोठे तो शेवट त्या
गूढ कहाणीचा?

अचानकसा

अचानकसा एक रस्ता
भ्रमिष्ट, गोंधळलेला
वाटेत घुटमळून, पुन्हा
मागे वळलेला!

अचानकसा काळोख, त्यात
मिणमिणणारा दिवा
अनंत संभव पोटी घेतलेली
गर्भवती हवा.

अचानकसे माझेच मला
सामोरलेले रूप
अशब्द झालेली मी, असून
बोलायचे खूप!

गेलेल्या असंख्य दिवसांमधून

गेलेल्या असंख्य दिवसांमधून काहीच हातात राहिले नाही
अज्ञातामधून आलेला प्रवाह तसाच पुढती वाहत राही
सुनेपणातच सरतात क्षण, एकही जाऊन भिडेना खोल
ओहोटी लागून जीवातळीची वाटते सुकत चालली ओल.

अर्ध्यात मोडून पडली चित्रे अवशेष कधी धरती फेर
एकच एक निरर्थपण दाटून राहते आतबाहेर
विजनामध्ये बुडून गेल्या विजनामधल्या पाऊलवाटा
विशीर्ण झालेल्या गुलाबासंगे बोथट होऊन झडला काटा

चुकून कधी प्रिय कवितेची अर्धीमुर्धी ओळ ओठात येई
शब्दच सारे बनती धुके, पुढले मागले दिसेना काही,
उदास एखाद्या सांजेच्या वेळी चाटून जाते अनाम धार
वाटते गेले वायाच सारे : वाटते झाला उशीर फार.

वाहत्या जळी पायातळीची निसटते आहे वाळू सारखी
भरल्या डोळ्यांनी बिंब पाहता माझी साउलीही होते पारखी...

हवीच का?

हवीच का अहोरात्र नसातली अस्वस्थ धडधड?
हवेतच का आतून गदगदून येणारे हे कढ?
संथपणे सरकत जावेत ऋतु नुसते देहावरून
ओसरताना सहजगत्या जीव पुन्हा यावा भरून.

मनातली अरण्ये एकामागून एक अलगद उघडतात
हलतात कवडसे : भुईवर असंख्य सावल्या पडतात;
आपण नुसते हिंडत असावे पावलांनी अनवाणी
गुणगुणत मनापलीकडची गूढ, अश्रुत गाणी!

मुकाट

मुकाट राने मुकाट पाने मुकाट सळसळ वारे
अथांग वरचे शून्य त्यामध्ये दोन पुसटसे तारे
पसरत येता किर्रपणाची जिवास भिडते धार
क्षणाक्षणातून साकळताहे काळोखाचा भार

स्तब्ध मूकतेमध्ये विसर्जन हो अवघ्या भावांचे
अशा घडीला भान कुणाला नावाचे गावाचे?
अशाच वेळी हवेतलाही जडावतो का पारा?
श्वास रोधुनी कोण ठेविते हा अदृश्य पहारा?

गिचमीड

तापलेला रस्ता : वितळणारे डांबर : चटचटणारे पाय
बुबुळात ठणकणारे डोळे श्रांत, सुन्न, असहाय
अंगातला कण कण उकळवणारी उन्हाची तीव्र धार
साऱ्यांतून पुन्हा वेगळेच आभाळ गडद, निळेशार.

रस्त्याकडेचा एक वेडा चिंधीही नसलेला अंगावर
ज्योतिष्याच्या पिंजऱ्यातल्या चिमण्यांची सुंदरता निमूटभर
लवलवणारी पिंपळपाने : डोळ्यांमधला निर्भर उत्सव :
हवेमधून दाटत आलेले अज्ञात संभव... असंभव...

एखादेच आत्मरत फूल गवतात उगीच हसणारे
जीवनाचे असंख्य तुकडे दिसणारे... न दिसणारे....
धडधडणारे प्रचंड यंत्र : वाफारलेली गरम हवा
भर दिवसा काळोखात खोल मिणमिणणारा दिवा

अर्थहीन क्लिष्ट चित्रे, आकृती, माझी यात कुठे जागा?
या साऱ्या गिचमिडीतून कुठे शोधू माझा धागा?

नाते

या आभाळाचे काही नाते असेल का त्या आभाळाशी?
दोन्ही आभाळे भेटत असतील? कुठे? कोणत्या खुणेपाशी?
इथल्या झाडावरती कधी येत असतील तिथले पक्षी?
इथले पाणी होत असेल तिथल्या प्रणयचित्रांचे साक्षी?

तिकडून इकडे येताना तर भुई सर्वत्र होती सलग
तिथल्या इथल्या वाऱ्यांमधून एक चांदणे, एकच धग.
मध्येच नाही का हात उंचावून फांदीवरची फुले खुडली?
तेव्हा त्याच सुगंधाची लहर प्राणांनाही भिडली.

आभाळ, झाडे, पाणी, भुई, सुवास - सारे एकच जर
खोल जाणवत होते कुठले हेतुशून्य अधांतर?

आठवणीच्या वासाने

सारी घरं अनोळखी साऱ्या वाटा अनोळखी
कॉंक्रीटखाली पुरली गेली हळवी मऊ माती
देवळामधला मारुती परका परका वाटतो
शेंदरावर नवी पुटे चढली असतील किती.

वेशीवरचा प्रचंड पिंपळ आज किती खुजा!
सळसळणारी पाने बोलतात न कळणारी बोली
कोडफुटल्या मशिदीला वार्धक्याची सजा
विहिरीमधून ठणकणारी एक जखम ओली.

कोवळे अंकुर झाली आता जून जरड झाडे
आठवणींच्या वासाने जडावलेली हवा
दगडविटात पाय रोवून उभे पडके वाडे
प्रत्येक जुन्या धडावरती एक चेहरा नवा.

पावलांवाचून पायरव : दचकवणारे भास
पाठीवरती जाणवतो पुसट कुणाचा श्वास?

फोर्ट : एक दुपार

रस्त्यावरून चालणारी माणसे, जाणारी उलटसुलट दिशेने
पायात पाय अडकवणारी माणसे, झिंगलेली उन्हाच्या नशेने
माणसे चालताना थबकणारी, तरंगल्यागत दुहेरी दिसणारी
माणसे घामट : हातवारे करणारी : तिरळी : निरर्थ हसणारी!

अर्थशून्य आवाजांचा गुंतवळा, त्यात विणलेले आक्रंदन
बसचा लाल वळसा, टॅक्सीची धडधड, यंत्रांचे निर्मम स्पंदन
आवाजांच्या असंख्य आकृती उमटतात. मिटतात. बदलतात.
आवाज उसळतो वरच्यावर, खाली निर्जीव पुतळे हलतात.

झळझळते आभाळ भोवळते, सरकते वर, जाते दूर
जमीन पायाखालून सुटते, उसळतो-घुसळतो मानवी पूर
अंधारणाऱ्या नजरेपुढे उन्हाच्या किती काचा फुटतात
पाणावतात डोळे, धडधडते छाती, देहापासून अवयव सुटतात.

डोळ्यांमागल्या मेंदूत तडकते काही, फुटते, पसरते अस्ताव्यस्त आत,
माझे पाय माझ्यापासून अलग होतात, दूर निघून जातात.

तटस्थ

रस्त्यावर अचानक फुटून विखुरलेला एक क्षण
मुंग्यांसारख्या भुळभुळत सर्वत्र पळणाऱ्या मोटारी
चावी देऊन गतिमान केलेली स्प्रिंगची माणसे
आणि दुतर्फा उंच इमारतींच्या हारीच्या हारी.

दगड, विटा, सिमेंट, पोलाद, लोखंड, वीजतारा
समर्थपणे पिळून उभारलेला अजस्र डोलारा
कुण्या कलावंत हाताने आकारले हे विचित्र
आणि मांडून ठेवले असे इथे...तिथे... सर्वत्र?

माझ्या अंतस्थ स्वप्नांतून मीच मला जागे केले
भयावह पारंब्यात मीच मला भिरकावून दिले
हवेचा पदर हाती धरू बघते तोही निसटून जातो.
आतल्या आत रक्तवेगाने प्राण धडकत राहतो.

एका खिडकीचा दुभंगतो पडदा... वाचतात डोळे निर्विकार
कुंडीमधला लालभडक गुलाब, एक तटस्थ साक्षीदार.

कनॉट प्लेस

झगमगत गोल फिरणारे उंच दिमाखदार दिवे
मिटते उघडते कवडसे, कवडशांचे थवे, दिवे
क्षणाचे गडद आंधळेपण : क्षणाची डोळेदिपणी
खालून वर, वरून खाली सरसरणारे दिवे.

अनिवार्य लाटेसह चेहरे दुरून जवळ येणारे
डोळे समपातळीवरून खोल डोळ्यात बघणारे
एका क्षणाची अतर्क्य जवळीक : अर्थहीन श्वास
प्रकाशाच्या कोसळत्या लोटात सारे पुन्हा पुसणारे,

हा परिसर अनोळखी, इमारती अनोळखी, अनोळखी हा वारा,
अनोळखी हा प्रकाश, ही माणसे, हा अवाढव्य पसारा,
उंच कोसळणारे कारंजे : गालाला बिलगलेला थेंब
कुठल्या प्रवाहातून कुठे वाहत आलेली ही जळधारा...

झगमगत गोल फिरणारे उंच दिमाखदार दिवे
आपलेपणा पुसून टाकणारे क्रूर एकाकीपण नवे.

पैठण

जागजागी खांडे पडलेला रोड गोदेचा प्रवाह
आणि अलीकडे उघडे अपार दीर्घ वाळवंट
निर्जन उद्वस पाषाणी घाटांची
दूरवर मंद अस्पष्टती रेषा;
पायऱ्यांवरती एकटी उभी मी
हरवून पार गेलेली स्वत:ला
अंगाशी झोंबत्या अस्वस्थ वाऱ्याची
उकलू बघत अनाहत भाषा!

आणखी पल्याड सातवाहनांची पालथी नगरी
खोल चरांतून बसली जपत
उराशी धरल्या भग्न अवशेषा.

पिंपळपानांची गर्द सळसळ
अनाकलनीयपणे जाणवता कस्तुरीबुक्क्याचा सूक्ष्म परिमळ
निंबाऱ्याखालती भुईला नाक टेकवलेले
निमूट गवत कुरतडणारे एक गाढव...

अवघे पैठण पूर्ण शांतिब्रह्म
विरक्त उदास
कठोर निर्मम झळा फेकणारे वरती आकाश.

भूतकाळाचा एक तुकडा

त्या रस्त्याने मोटार जाताना मन खूप मागे फेकले गेले
जुन्या आठवणीचे प्रचंड वादळ माझ्याभोवती घोंघावत आले
भूतकाळाचा एक तुकडा अलगद काढून ठेवावा तसा तो गाव
जुनाट, कळाहीन, उद्ध्वस्त... मला कळलेही नाही त्याचे नाव!

वाणसामानाचे दुकान हिंगजिऱ्याच्या गूळखोबऱ्याच्या वासाचे
तिथले अंधार सरमिसळ माझ्या हरवलेल्या श्वासांचे
अताराच्या फळीवरचे हळदकुंकू : लालहिरव्या कागदी झिळमिळ्या,
कुण्या कुंवार भाळी रुळणाऱ्या लाजऱ्या साजऱ्या मुंडावळ्या,

एका अर्धवट उघड्या दाराआडून चमकलेला हिरवागार टोपपदर,
रखख पिकलेल्या म्हाताऱ्याची क्षितिजावर खिळलेली नजर,
इथल्या कुठल्याही चुलीवर तेच सनातन अन्न शिजत असेल
भाकरीच्या खरपूस घासातून माझेच बाळपण रुजत असेल!

जन्माजन्माची प्रदक्षिणा एका क्षणांत करून आले मन
मोटार मैल ओलांडून पुढे आली... अजून मागे भ्रमत आहे मन.

अश्वत्थ

सळसळत सर्वभर फिरणारा अवखळ वारा
आणि चमचम चमकणारी झळझळती पालवी
हे उतावीळ रहस्य सर्वांगातून बाहेर फुटू पाहणारे
पानापानांवर लवलवणारी ही टवटवी नवी;

भुईच्या पोटातून आलेले एक आश्चर्य... हा वृक्ष
हा अत्यंत पुरातन आणि हा अर्वाचीन उद्यांहून
बलिष्ट बाहू तसा याचा ताठ बुंधा, आणि—
डेरेदार हिरवे शिखर जशी उभार मूठ यावी वळून.

कुठल्या कुठल्या रानावनात रात्री हा येतो फिरून?
कुठली चित्रे नजरेपुढे रंगवतो हसतो दुरून?
याच्या मुळांसह मी भुईतला काळोख चाचपते
याच्या पानांसह सळसळत आभाळाचा वेध घेते.

संभव

खिडकीवरती हलते आहे किलबिलणारी एक फांदी
पहाटणाऱ्या दिवसाची स्वरमय मूर्त होते नांदी
गच्च भरल्या आभाळाचा निवळ होत आहे तळ
सावळेपण हळूहळू होत आहे उजळ उजळ—

काळोखाचे, उजेडाचे थरावरती हलती थर
खालीवर आजूबाजू व्यापून अवघे अधांतर
कोण कुणात मिसळत आहे, अलग कुणामधून कोण?
दोन्ही मिळून एक किंवा एकाचे हे होती दोन?

नवा संभव पोटी घेऊन वाट चालताहेत क्षण
सळसळणाऱ्या पानाला मिळत आहे अंग, मन
उमलणाऱ्या फुलासाठी सुगंधाचे अस्फुट भास
वारा इतका अस्पर्श नवा जसा तान्हा तान्हा श्वास!

एक नवा ताजा दिवस येत आहे देवाघरून
प्राणात सुख मावत नाही, जीव येतो भरून भरून!

दरवळत डोलू लागतात

माळरानावरून सरकत येणाऱ्या ढगांच्या सावल्या
क्षितिजाआड फिकट गुलाबी संधिप्रकाश
गवतातून मलूल उन्हाची संथ फिरणारी बोटे
ओल्यागार हवेत घननीळ भास-आभास;

कोरडी धूळ शहारत उठते, फिरते स्वत:भोवती
सरकत येणाऱ्या ढगांच्या सावल्या शिरतात मनात
दरवळत डोलू लागतात हिरवेगर्द वनमोर
हृदयातच सुरू होते घनदाट बरसात.

डोंगरावर

डोंगरावर सपाट जागी मी उभी, वर ओथंबलेले आभाळ,
स्वच्छ निळाईत डवरून आलेली ढगांची शुभ्र माळ,
सुसाट वारे अंगाला झोंबणारे, पदर खेचणारे, आग्रही,
प्रत्येक गवतपात्यावर तिरप्या सूर्यकिरणाची सोनेरी सही.

छाती भरभरून घेतला श्वास मी, प्यायले निर्भर वारा
डोळे विस्फारून आत भिनवला, भिनवला आसमंत सारा
वाटले मला मी साऱ्या जगाहून उंच, अस्पर्श, अलग
उजळून आली आतून आतून एक अलौकिक झगमग.

दूर खाली दरीत अनामिक गाव, भातुकलीच्या खेळात मांडलेले
तिरप्या उन्हाचे झोतच्या झोत वरून खाली सांडलेले
विश्वाकार व्यथा सामावली संपुटात, गेली पार वाहून—
दैवी समाधानात निघाली अवघी अतं:सृष्टी नाहून!

आला तसाच तो क्षण कालप्रवाहात वाहून गेला
सुख इतके साधे असते, तेव्हा कळलेच नव्हते मला—

निश्चल

समोरचे झाड हिरवेगार, अवकाशात बिंबलेले, स्तब्ध, अचल
स्तब्ध पलीकडे सर्वदूर पसरलेले निळेभोर आभाळ
संथपणे तरंगत जाणारा एक मुक्त विलासी ढग
आणि त्यावरून उडणारी शुभ्र शुभ्र बगळ्यांची माळ.

हा रस्ता असाच सरळ दूरवर गेला आहे,
सांडले आहे त्यावर ठायी ठायी पिवळेधमक ऊन;
निश्चल आहे खिडकीबाहेरची सायलीची तरुण वेल
आळसावलेले एक फुलपाखरू उडते आहे मधून मधून.

या साऱ्यांचे मिळून एक सुरेखसे चित्र बनते
दुपारच्या शांततेचा फिरतो त्यावर हलकासा हात,
सुषुप्तीचा जडपणा अलगद पापणीवर उतरतो
एक गोड तंद्री सर्वांगातून येते वाहात!

जग सारे वाटते इथून दूर, धूसर, अस्पष्ट,
जसा हजारो वर्षांपूर्वी घडून गेलेला इतिहास,
किंवा वाचलेली क्षुल्लक घटना, झोपेतले एक दुःस्वप्न—
छाया देखील ज्याची पोचू शकत नाही आसपास.

या क्षणी मी पाहाते आहे फक्त हे निळेभोर आभाळ
झाड, वाट, ऊन, वेल, फूलपाखरू, ढग, बगळ्यांची माळ.

फुले

क्षणोक्षणी गडद होत जाणारी रात्र, काळीभोर
आणि माझ्या खिडकीखाली उमलणारी मोगऱ्याची फुले
हे आटलेले सूर्यतेज, प्रकाशाची अंतर्वर्ती केंद्रे चिमुकली
निर्मळ शुभ्रपण काळोखानेच हृदयात जपलेले.

मध्येच सुवास दरवळत येतो, अर्धविस्मृत आठवणी,
स्वप्नात स्वप्न पडावे तसे दाटते धूसरपण...
रात्र गडद होत जाते, शांततेची लय लागते
रिते रिते होते, अवकाशात बुडते मन!

कळत नाही माझे मला, साऱ्यात मी पसरते आहे
की सारे माझ्या ठायी सामावते आहे ओतप्रोत?
अशा वेळी जीव कसा भरून येतो काठोकाठ
उमगतो जन्मजान्हवीचा सनातन मूलस्रोत.

हे भरलेपण झाकून ठेवीन माझ्या दक्ष पापण्यांनी
आतल्या काळोखात उमलतील मोगऱ्यासारखी शुभ्र गाणी.

चांदणे

चांदणे मंद अलवार, बाळपणाची कोवळीक ल्यालेले
चांदणे पाण्याहून नितळ, चांदण्याहून शीतळ झालेले
चांदणे कवितेसारखे मृदु झिरपणारे खोल मनात
चांदणे जाईजुईचमेलीचे... बेला फुले आधी रात.

चांदणे अपार, अपरंपार, वर्षणारे धुवाधार,
चांदणे आग्रही, अतिरेकी, थंड, क्रूर, अनिवार,
चांदणे फिरते, बदलते, अवचित बनते पोलादी धार
उघड्या अंगावर अनिवार्यपणे सपासप घालते वार.

चांदणे चहू दिशांनी वेढत वेढत जवळ येते
चांदणे देहहीन, अमानुष बोटे आत्म्यावरून फिरवते
चांदणे विखुरते मूक शवे हरवलेल्या श्वासांची
चांदणे : हलणारी एक झुळूक खिन्न स्मशानवासाची.

चांदणे शिरते आत आत, पसरत जाते रक्तभर
चांदणे प्रत्येक पेशीमध्ये पेटवते निळे काळे जहर
चांदणे गळ्यातून वर चढते, जिभेवर उलटून येते फिरून,
गोठत जातो शब्द शब्द, आत्मा पुढ्यात पडतो मरून.

पाळणा

उलटे आकाशपात्र
त्याच्या तळाशी चार झुरुमुरू चांदण्या
क्षितिजाचा घेर भोवती आवळत असलेला
अलगद वर उचलतो एक अदृश्य तळहात मला!

पाहता पाहता खाली खाली जाते जमीन...
मागे पुढे झुलत राहतो अवकाशाचा पाळणा
जवळ जवळ येतो वर टांगलेला चांदण्यांचा खेळणा!

सावली

भर दुपार : रस्त्याच्या कडेला मी उभी
माझ्या पाठीशी उभे एक झाड
आणि माझ्यासमोर त्याची सावली पसरलेली.

झाडाचा बुंधा काळा, फांद्या काळ्याकरड्या,
हिरवीगार त्याची पाने, वर निळाजांभळा मोहर
चमकदार काळ्या पंखांचा एक कावळाही फांदीवर.

झाडात अनेक रंग —काळा, करडा, हिरवा निळाजांभळा,
माझ्यासमोरची सावली मात्र फक्त काळी
बुंधा काळा, फांद्या काळ्या, पालवी काळी
मोहर काळा आणि कावळाही काळाच

सारे रंग भेदभाव विसरून काळेपणात एकवटलेले
झाडाला त्याचे झाडपण सावलीत भेटलेले—
झाड स्वत:हून सावलीत जिवंत.

कधी लागले दुर्गम कडे

कधी लागले दुर्गम कडे, कधी होते अवघड घाट;
किती चढउतार, वळणे, कुठून कुठवर आली वाट.
किर्र कर्कश जाळीमधून कधी गूढ हुंकार आला
लाल पेटत्या जाळात कधी प्रकाशाचा अस्त झाला.

ऐन दुपारी माथा सूर्य : पायाखाली फुटली लाही
तरी सारे दुस्सह होते असे म्हणता येणार नाही.
जेव्हा गर्द जंजाळात माझी पावले हरवून गेली
तेव्हा भव्य ऐश्वर्याची मिरवणूक पुढे आली.

मुठीयेवढे निळे पाखरू त्याने गोड सूर दिले
ओळखीचे हसू हसली गवतामधली अनाम फुले
दगडालाही फुटला पान्हा माझ्या कोरड्या ओठांसाठी
वत्सला वारा देवासारखा भरून होता पुढे-पाठी.

आता दिवस कलला आहे, हळवे झाले आहे ऊन
मला माझे सुख कळते जडावल्याही श्वासांमधून
झुळझुळणारी मंद झुळूक भाळावरचा थेंब टिपते
क्षितिज होते जवळ... दूर... जरा दिसते, जरा लपते.

वळणातुनी वळतो पुन्हा

किती सारखी चढते तरी चढणीवरी चढ रेलला
वळणातुनी वळतो पुन्हा रस्ता कुठे हा चालला?

हरवून माझी वाट मी येऊन कोठे पोचले?
दगडापरी जड जाहले जे फूल हाती वेचले;
का पक्षिही व्हावा मुका फांदीतुनी जो बोलला
वळणातुनी वळतो पुन्हा रस्ता कुठे हा चालला?

अजुनीही दूरच दूरची क्षितिजे दुरून खुणाविती
ढग पेटत्या पलित्यापरी दुरून इशारा दाविती
तुकडा नभाचा भासतो मधुनी जरासा हालला
वळणातुनी वळतो पुन्हा रस्ता कुठे हा चालला?

हिरवेपणा हरवूनिया झाडे उभी परक्यापरी
नि:स्तब्ध क्रूर नकारसा कर आडवा कोणी धरी
फुटला न ओठी हुंदका का तोच कोणी झेलला
वळणातुनी वळतो पुन्हा रस्ता कुठे हा चालला?

कोण आले कोण गेले

कोण आले कोण गेले उमगले नाही मला
ओळखीचा भास काही मात्र भवती तरळला!

उघडला पडदा जरासा मंद झुलल्या झालरी
तो पुराणा गंध येता झुळूक झाली बावरी
पाकळ्या गाळीत खाली वेल दारी हालला.

शीळ कोणी घातली का? कोण हलके हासले?
काय कोणी बोलले वा फक्त मज ते भासले?
मोकळ्या वाऱ्यातुनी का सूर वेडा कापला?

जवळ आले कोण मागे? श्वास ये मानेवरी
धडधडू काळीज लागे दाटता भीती उरी
गर्द झाली ही हवाही कोपरा काळोखला.

भासभोळी इंद्रजाले की भ्रमाचे भोवरे?
कोठली अज्ञात छाया आज भवती वावरे?
स्वप्न किंवा जागृती काही कळेना मला!

कोण आले कोण गेले भेट ही झाली कशी?
नकळता डोळ्यात माझ्या आसवे आली कशी?
पाळला संकेत कोणी कोणत्या जन्मातला?

साऱ्याच पायवाटा

साऱ्याच पायवाटा पुसणार का इथे?
कोणीच ओळखीचे नसणार का इथे?

होऊन काही गेले काळात कोठल्या?
त्याचीच रुद्ध छाया असणार का इथे?

उद्ध्वस्त स्मारकातून या भग्नतेतुनी
माझेच भूत मजला दिसणार का इथे?

पाषाण हालविता एकेक, खालचे—
विंचू जुन्या स्मृतींचे डसणार का इथे?

होऊन भावनावश मी कंठ दाटता
हा आसमंत निष्ठुर हसणार का इथे?

आशाळभूत आशा वेड्या जीवातली
निर्माल्य शीर्ण राखीत बसणार का इथे?

हे रान चेहऱ्यांचे

हे रान चेहऱ्यांचे माझ्या सभोवती
नाही इथे जिवाचा कोणीच सोबती

ही माणसे म्हणू की ही क्रूर श्वापदे?
भेसूर सावल्या की तिमिरात हालती?

घेऊन गूढ पोटी विक्राळशा गुहा
प्रत्येक चेहऱ्याच्या आडून पाहती

दावीत स्वप्नसुंदर ओल्या मरीचिका
येथील पायवाटा दूरात धावती

विश्रब्ध भावनेने टेकीन या शिरा
जागा अशी निरामय नाही कुठेच ती

कल्लोळ गर्जनांचा वाढे क्षणोक्षणी
मी सूर अंतरीचा येथे जपू किती?

हे रान चेहऱ्यांचे घेरीत ये असे
माझ्याही चेहऱ्याची मजला न शाश्वती

मरणमहालातून

मरणमहालातून आलेला एक कवडसा
अचानक उधळून जातो सारा अंधार
            त्याची तीक्ष्ण पोलादी धार
जाते इथून तिथपर्यंत थेट, कापीत,
            वेगळा करीत अवघा ज्ञात परिसर
            दुभंगते जाणिवेचे विश्व :

जे जे येते त्याच्या प्रकाशकक्षेत
ते होते सारे अलग भोवतालापासून
            घेऊन वर मर्त्यतेची मोहर
त्याचे दिवस होतात सीमित, रात्री मोजलेल्या
फुटून उद्ध्वस्त होतात मनीषा योजलेल्या
उरतात मागे वारुळे बुजबुजलेली कृमिकीटकांनी
एकाच वेळी घृणास्पद आणि केविलवाणी—
            आणि प्रत्येक ठिकाणी दिसू लागतात
            माझेच अनेक चेहरे विरघळत जाणारे
            विरताना उदास गर्वगीत गाणारे....

मरणमहालातून आलेला एक कवडसा
            —अनिवार्य ठसा!

पिकनिक संपत आली आहे

पिकनिक संपत आली आहे
बागेबर संध्याकाळच्या शांत सावल्या लांबत आहेत.

सकाळचा कोवळा उल्हास
आणि दुपारच्या उन्हाचे चटके,
गप्पागोष्टी तोंडी लावीत केलेला फराळ,
गर्दीत अवचित गवसलेला एकान्त,
हास्याचे रंगीन गुच्छ... सुरांचे तुरे...
सारेच कसे बघता बघता ओसरून गेले.

आता झाडांचे हळूहळू बनत आहेत राक्षस
आणि त्यांच्या तळाशी साचत आहे काळोखाचा डोह.

उरलेल्या अन्नावर मुंग्या जमू लागल्या,
एखादा कावळाही करकरत घिरट्या घालू लागला,

पिकनिक संपत आली आहे
बागेवर संध्याकाळच्या शांत सावल्या लांबत आहेत

अनासक्त तारे वारे

अनासक्त तारे वारे : मार्ग आखलेले
उदासीन भूवर माझे पाय रोखलेले
अनासक्त तारे वारे : सदासक्त मी ही
युती मात्र निमिषार्धाची, पुन्हा भेट नाही!

कधीतरी

कधीतरी कुठेतरी एक उमलले फूल
त्याच्या आभाळगंधाची पडे अनंताला भूल
तेव्हापासून, तसेच, जिणे तेथेच थांबले
जगण्याचे फक्त पुढे भासआभास लांबले.

ऊन कोवळे

ऊन कोवळे
गार सावली
अजून डहाळी झुले,

अजून माझी
उत्सुक ओंजळ
अजून ताजी फुले.

बाकी

अजून थोडे आहे बाकी
या रक्ताचे करणे पाणी
अजून थोडे— आणिक नंतर
सरेल तेव्हा सरो कहाणी.

www.ingramcontent.com/pod-product-compliance
Lightning Source LLC
Chambersburg PA
CBHW051929240626
47153CB00004B/1422